Impressum
Verlag: BABADADA GmbH, Nedderfeld 112 , 22529 Hamburg
Geschäftsführer / Verlagsleitung: Harald Hof
Druck: Books on Demand GmbH, In de Tarpen 42, 22848 Norderstedt

Imprint
Publisher: BABADADA GmbH, Nedderfeld 112 , 22529 Hamburg, Germany
Managing Director / Publishing direction: Harald Hof
Print: Books on Demand GmbH, In de Tarpen 42, 22848 Norderstedt

โรงเรียน

koulu

ห้องเรียน
luokkahuone
หาร
jakaa
186/2
กระดาน
taulu
สนามโรงเรียน
koulunpiha
ครู
opettaja
กระดาษ
paperi
เขียน
kirjoittaa
ปากกา
kynä
โต๊ะทำงาน
kirjoituspöytä
ไม้บรรทัด
viivoitin
หนังสือ
kirja
นักเรียน
oppilas

กระเป๋าหนังสือ

reppu

กล่องดินสอ

penaali

ดินสอ

lyijykynä

กบเหลาดินสอ

kynänteroitin

ยางลบ

pyyhekumi

สมุดวาดภาพ

piirustuslehtiö

2 โรงเรียน - koulu

ภาพวาด
piirustus

พู่กัน
pensseli

กล่องสี
vesivärit

กรรไกร
sakset

กาว
liima

สมุดแบบฝึกหัด
harjoituskirja

การบ้าน
kotitehtävä

12

ตัวเลข
luku

2+2

บวก
lisätä

5-2

ลบ
vähentää

2×2

คูณ
kertoa

คำนวณ
laskea

A

ตัวอักษร
kirjain

ABCDEFG
HIJKLMN
OPQRSTU
VWXYZ

อักษรพยัญชนะ
aakkoset

hello

คำ
sana

ข้อความ

teksti

อ่าน

lukea

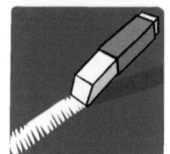

ชอล์ก

liitu

บทเรียน

oppitunti

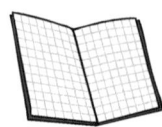

ลงทะเบียน

opettajan muistikirja

การสอบ

koe

ใบรับรอง

todistus

ชุดนักเรียน

koulupuku

การศึกษา

koulutus

สารานุกรม

sanakirja

มหาวิทยาลัย

yliopisto

กล้องจุลทรรศน์

mikroskooppi

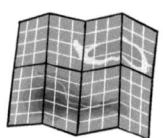

แผนที่

kartta

ตะกร้าใส่เศษกระดาษที่ไม่ใช้แล้ว

roskakori

การท่องเที่ยว

matka

hotelli
retkeilymaja
สำนักงานแลกเปลี่ยนเงินตรา
rahanvaihto
กระเป๋าเดินทาง
matkalaukku
รถยนต์
auto

ภาษา

kieli

ใช่/ไม่ใช่

kyllä / ei

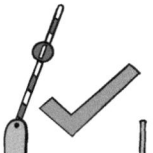

ตกลง

selvä

สวัสดี

hei

นักแปล

tulkki

ขอบคุณ

kiitos

ราคาเท่าไหร่...?

Paljonko...maksaa?

ฉันไม่เข้าใจ

en ymmärrä

ปัญหา

ongelma

สวัสดีตอนเย็น

Hyvää iltaa!

สวัสดีตอนเช้า

Hyvää huomenta!

ราตรีสวัสดิ์

Hyvää yötä!

แล้วพบกันใหม่

näkemiin

ทิศทาง

suunta

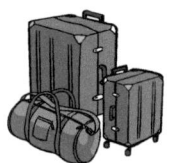

กระเป๋าเดินทาง

matkatavarat

กระเป๋า

laukku

กระเป๋าสะพายหลัง

reppu

แขก

vieras

ห้อง

huone

ถุงนอน

makuupussi

เต้นท์

teltta

ข้อมูลนักท่องเที่ยว

turisti-info

ชายหาด

ranta

บัตรเครดิต

luottokortti

มื้อเช้า

aamupala

มื้อกลางวัน

lounas

มื้อเย็น

päivällinen

ตั๋ว

matkalippu

ลิฟต์

hissi

แสตมป์

postimerkki

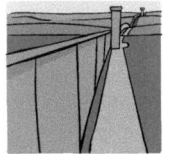

พรมแดน

raja

ภาษีศุลกากร

tulli

สถานทูต

suurlähetystö

วีซ่า

viisumi

พาสปอร์ต

passi

ขนส่ง

kuljetus

lentokone
เรือใหญ่
laiva
รถดับเพลิง
paloauto
รถโดยสารประจ
linja-auto
รถบรรทุก
kuorma-auto
เรือยนต์
moottorivene
จักรยาน/จักรยานยนต์
polkupyörä
รถยนต์
auto

เรือข้ามฟาก

lautta

เรือ

vene

รถจักรยานยนต์

moottoripyörä

รถตำรวจ

poliisiauto

รถแข่ง

kilpa-auto

รถเช่า

vuokra-auto

การแบ่งกันใช้รถยนต์

car sharing

รถลาก

hinausauto

รถขยะ

roska-auto

เครื่องยนต์

moottori

เชื้อเพลิง

polttoaine

ปั้มน้ำมัน

huoltoasema

เครื่องหมายจราจร

liikennemerkki

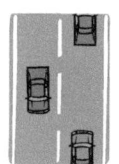

การจราจร

liikenne

การจราจรติดขัด

ruuhka

ที่จอดรถ

parkkipaikka

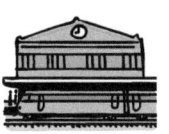

สถานีรถไฟ

rautatieasema

รางรถไฟ

raiteet

รถไฟ

juna

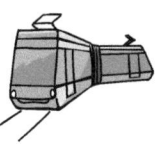

รถราง

raitiovaunu

ตู้รถไฟ

vaunu

เฮลิคอปเตอร์

helikopteri

สนามบิน

lentokenttä

หอคอย

lähilennonjohto

ผู้โดยสาร

matkustaja

ตู้บรรจุสินค้า

kontti

กล่องกระดาษ

pahvilaatikko

รถเข็น/รถลาก

kärryt

ตะกร้า

kori

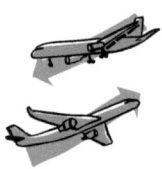

บินขึ้น/ ลงจอด

nousta / laskea

เมือง

kaupunki

หมู่บ้าน

kylä

ใจกลางเมือง

keskusta

บ้าน

talo

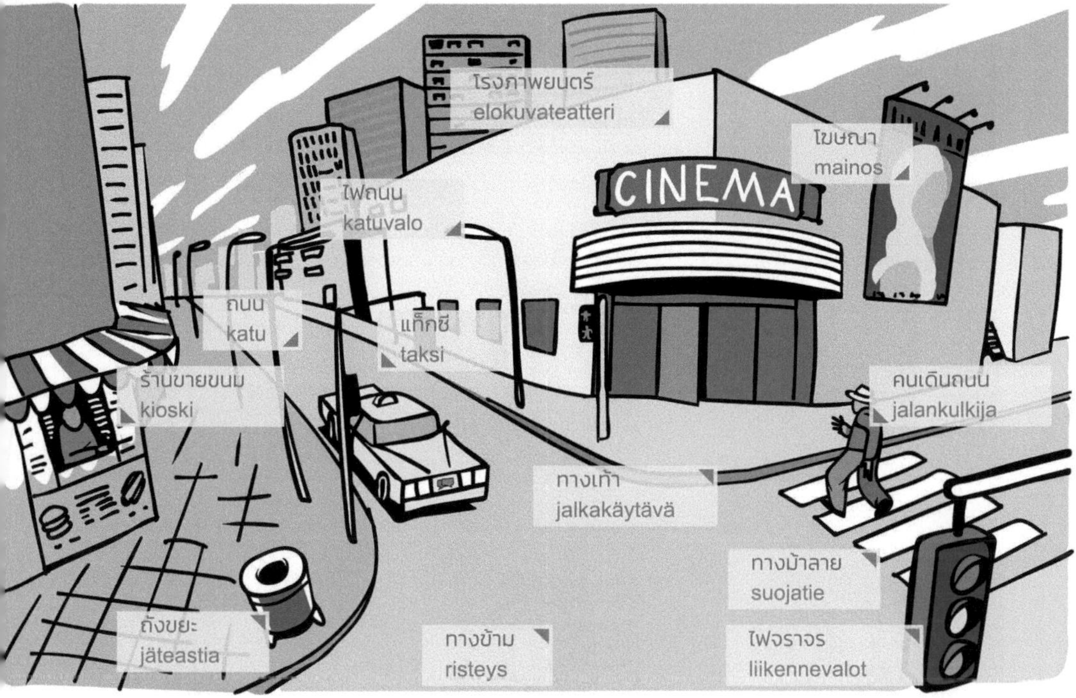

โรงภาพยนตร์
elokuvateatteri

โฆษณา
mainos

ไฟถนน
katuvalo

ถนน
katu

แท็กซี่
taksi

ร้านขายขนม
kioski

CINEMA

คนเดินถนน
jalankulkija

ทางเท้า
jalkakäytävä

ทางม้าลาย
suojatie

ถังขยะ
jäteastia

ทางข้าม
risteys

ไฟจราจร
liikennevalot

กระท่อม

mökki

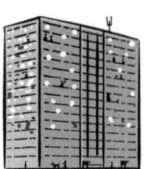

แฟลต

kerrostalo

สถานีรถไฟ

rautatieasema

ศาลากลางจังหวัด

kaupungintalo

พิพิธภัณฑ์

museo

โรงเรียน

koulu

มหาวิทยาลัย

yliopisto

ธนาคาร

pankki

โรงพยาบาล

sairaala

โรงแรม

hotelli

ร้านขายยา

apteekki

สำนักงาน

toimisto

ร้านขายหนังสือ

kirjakauppa

ร้านค้า

liike

ร้านขายดอกไม้

kukkakauppa

ซูเปอร์มาร์เก็ต

supermarketti

ตลาด

tori

ห้างสรรพสินค้า

tavaratalo

ร้านขายปลา

kalakauppias

ศูนย์การค้า

ostoskeskus

ท่าเรือ

satama

สวนสาธารณะ
puisto

ม้านั่ง
penkki

สะพาน
silta

บันได
portaat

รถไฟใต้ดิน
metro

อุโมงค์
tunneli

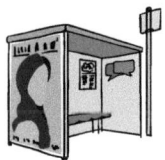

ป้ายรถเมล์
linja-autopysäkki

บาร์
baari

ร้านอาหาร
ravintola

ตู้ไปรษณีย์
postilaatikko

ป้ายชื่อถนน
katukyltti

มิเตอร์เก็บค่าจอดรถ
parkkimittari

สวนสัตว์
eläintarha

สระว่ายน้ำ
uimala

สุเหร่า/มัสยิด
moskeija

ฟาร์ม
maatila

มลพิษ
ympäristön saastuminen

สุสาน
hautausmaa

โบสถ์
kirkko

สนามเด็กเล่น
leikkikenttä

วัด
temppeli

ภูมิประเทศ
maisema

ใบไม้
lehti

ป้ายบอกทาง
tienviitta

ทาง
tie

ทุ่งหญ้า
niitty

ก้อนหิน
kivi

ต้นไม้
puu

นักเดินทางไกลด้วยเท้า
retkeilijä

แม่น้ำ
joki

หญ้า
ruoho

ดอกไม้
kukka

หุบเขา
laakso

เนินเขา
vuori

ทะเลสาบ
järvi

ป่า
metsä

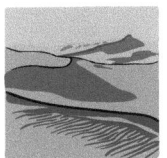

ทะเลทราย
aavikko

ภูเขาไฟ
tulivuori

คฤหาสน์
linna

รุ้งกินน้ำ
sateenkaari

เห็ด
sieni

ต้นปาล์ม
palmu

ยุง
hyttynen

แมลงวัน
kärpänen

มด
muurahainen

ผึ้ง
mehiläinen

แมงมุม
hämähäkki

แมลงปีกแข็ง

kovakuoriainen

กบ

sammakko

กระรอก

orava

เม่น

siili

กระต่ายป่า

jänis

นกฮูก

pöllö

นก

lintu

หงส์

joutsen

หมูป่าตัวผู้

villisika

กวาง

peura

กวางมูส

hirvi

เขื่อน

pato

กังหันลม

tuulimylly

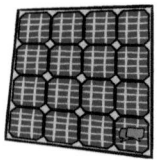

แผงโซล่าเซลล์

aurinkopaneeli

สภาพอากาศ

ilmasto

ร้านอาหาร
ravintola

บริกรชาย
tarjoilija
รายการอาหาร
ruokalista
เก้าอี้
tuoli
ซุป
keitto
พิซซ่า
pitsa
เครื่องใช้บนโต๊ะอาหาร
ruokailuvälineet
ผ้าปูโต๊ะ
pöytäliina

อาหารเรียกน้ำย่อย

alkuruoka

อาหารจานหลัก

pääruoka

ของหวาน

jälkiruoka

เครื่องดื่ม

juomat

อาหาร

ruoka

ขวด

pullo

อาหารจานด่วน

pikaruoka

ร้านข้างถนน

katuruoka

กาน้ำชา

teekannu

โถใส่น้ำตาล

sokeriastia

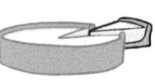

ส่วนแบ่งอาหารสำหรับหนึ่งคน

annos

เครื่องชงกาแฟเอสเปรสโซ่

espressokeitin

เก้าอี้สูง

syöttötuoli

ใบเสร็จ

lasku

ถาด

tarjotin

มีด

veitsi

ส้อม

haarukka

ช้อน

lusikka

ช้อนชา

teelusikka

ผ้าเช็ดปากบนโต๊ะอาหาร

servietti

แก้วน้ำ

lasi

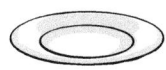

จาน

lautanen

จานซุป

syvä lautanen

จานรอง

aluslautanen

ซอส

kastike

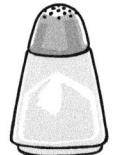

กระปุกเกลือ

suolasirotin

กระปุกบดพริกไทย

pippurimylly

น้ำส้มสายชู

etikka

น้ำมันที่ใช้ปรุงอาหาร

öljy

เครื่องเทศ

mausteet

ซอสมะเขือเทศ

ketsuppi

มัสตาร์ด

sinappi

มายองเนส

majoneesi

ซูเปอร์มาร์เก็ต

supermarketti

ข้อเสนอพิเศษ
tarjous
ลูกค้า
asiakas
ผลิตภัณฑ์ที่ทำจากนม
maitotuotteet
ผลไม้
hedelmät
รถเข็น
ostoskärryt

ร้านขายเนื้อ

teurastamo

ร้านขายขนมปัง

leipomo

ชั่งน้ำหนัก

punnita

ผัก

kasvikset

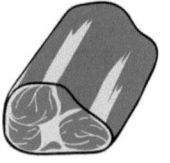

เนื้อ

liha

อาหารแช่แข็ง

pakasteet

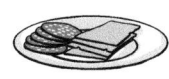

อาหารเนื้อตัดเย็น

leikkele

อาหารกระป๋อง

säilykkeet

ผงซักฟอก

pesujauhe

ขนมหวาน/ลูกกวาด

makeiset

ผลิตภัณฑ์ในครัวเรือน

kotitaloustarvikkeet

ผลิตภัณฑ์ทำความสะอาด

puhdistusaineet

พนักงานขายหญิง

myyjä

เครื่องคิดเงิน

kassa

พนักงานจ่ายเงิน

kassanhoitaja

รายการซื้อของ

ostoslista

เวลาเปิดทำการ

aukioloajat

กระเป๋าสตางค์

lompakko

บัตรเครดิต

luottokortti

กระเป๋า

kassi

ถุงพลาสติก

muovipussi

เครื่องดื่ม

juomat

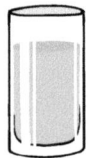

น้ำเปล่า

vesi

น้ำผลไม้

mehu

นม

maito

โค้ก

kokis

ไวน์

viini

เบียร์

olut

แอลกอฮอล์

alkoholi

โกโก้

kaakao

ชา

tee

กาแฟ

kahvi

เอสเปรสโซ่

espresso

คาปูชิโน่

cappuccino

อาหาร
ruoka

กล้วย

banaani

แอปเปิ้ล

omena

ส้ม

appelsiini

เมลอน

meloni

มะนาว

sitruuna

แครอท

porkkana

กระเทียม

valkosipuli

ต้นไผ่

bambu

หัวหอม

sipuli

เห็ด

sieni

ถั่ว

pähkinät

ก๋วยเตี๋ยว

spagetti

สปาเก็ตตี้

spagetti

ข้าว

riisi

สลัด

salaatti

มันฝรั่งทอด

ranskalaiset

มันฝรั่งทอด

paistetut perunat

พิซซ่า

pitsa

แฮมเบอร์เกอร์

hampurilainen

แซนด์วิช

voileipä

ชิ้นเนื้อไร้กระดูก

leike

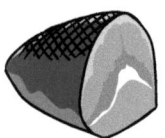

แฮม

kinkku

ไส้กรอกแห้งซาลามิ

salami

ไส้กรอก

makkara

ไก่

kana

ย่าง/ปิ้ง

paisti

ปลา

kala

โจ๊กข้าวโอ๊ต

kaurahiutaleet

ธัญพืชอบกรอบ

mysli

คอร์นเฟล็ค

murot

แป้งทำอาหาร

jauho

ครัวซองค์

voisarvi

ขนมปังสโคน

sämpylä

ขนมปัง

leipä

ขนมปังปิ้ง

paahtoleipä

บิสกิต

keksit

เนย

voi

นมข้น

rahka

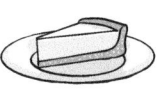

เค้ก

kakku

ไข่

kananmuna

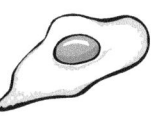

ไข่ดาว

paistettu kananmuna

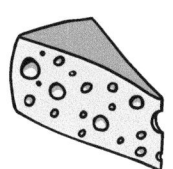

ชีส

juusto

ไอศกรีม

jäätelö

น้ำตาล

sokeri

น้ำผึ้ง

hunaja

แยม

hillo

ช็อกโกแลตครีมสเปรด

suklaapähkinälevite

แกงกะหรี่

curry

ฟาร์ม

maatila

บ้านไร่
maatila
ยุ้งฉาง
lato; liiteri
heinäpaali
ทุ่งนา
pelto
ม้า
hevonen
รถพ่วง
peräkärry
รถแทรกเตอร์
traktori
ลูกม้า
varsa
ลา
aasi
แพะ
lammas
ลูกแกะ
karitsa

แพะ

vuohi

วัวตัวเมีย

lehmä

ลูกวัว

vasikka

หมู

sika

ลูกหมู

porsas

วัวตัวผู้

sonni

ห่าน

hanhi

เป็ด

ankka

ลูกไก่

tipu

แม่ไก่

kana

ไก่ตัวผู้

kukko

หนู

rotta

แมว

kissa

หนู

hiiri

วัวตัวผู้สำหรับใช้แรงงานในฟาร์ม

härkä

สุนัข

koira

บ้านสุนัข

koirankoppi

สายยางที่ใช้ในสวน

puutarhaletku

บัวรดน้ำต้นไม้

kastelukannu

เคียวด้ามยาว

viikate

คันไถ

aura

เคียว
....
sirppi

จอบ
....
kuokka

คราด
....
talikko

ค้อน
....
kirves

รถเข็นล้อเดียว
....
kottikärryt

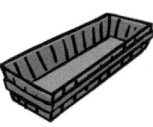

รางน้ำ
....
kaukalo

ถังใส่นม
....
maitokannu

กระสอบ
....
säkki

รั้ว
....
aita

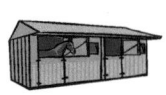

คอกม้า
....
talli

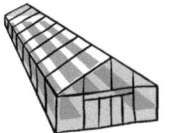

เรือนกระจก
....
kasvihuone

ดิน
....
maa

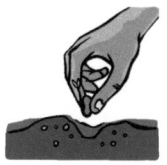

เมล็ดพืช
....
siemen

ปุ๋ย
....
lannoite

เครื่องเกี่ยวนวดข้าว
....
leikkuupuimuri

เก็บเกี่ยว

kerätä sato

การเก็บเกี่ยว

sato

มันเทศ

jamssit

ข้าวสาลี

vehnä

ถั่วเหลือง

soija

มันฝรั่ง

peruna

ข้าวโพด

maissi

ดอกเรพซีด

rypsi

ต้นไม้ที่ออกผล

hedelmäpuu

มันสำปะหลัง

maniokki

ธัญพืช

vilja

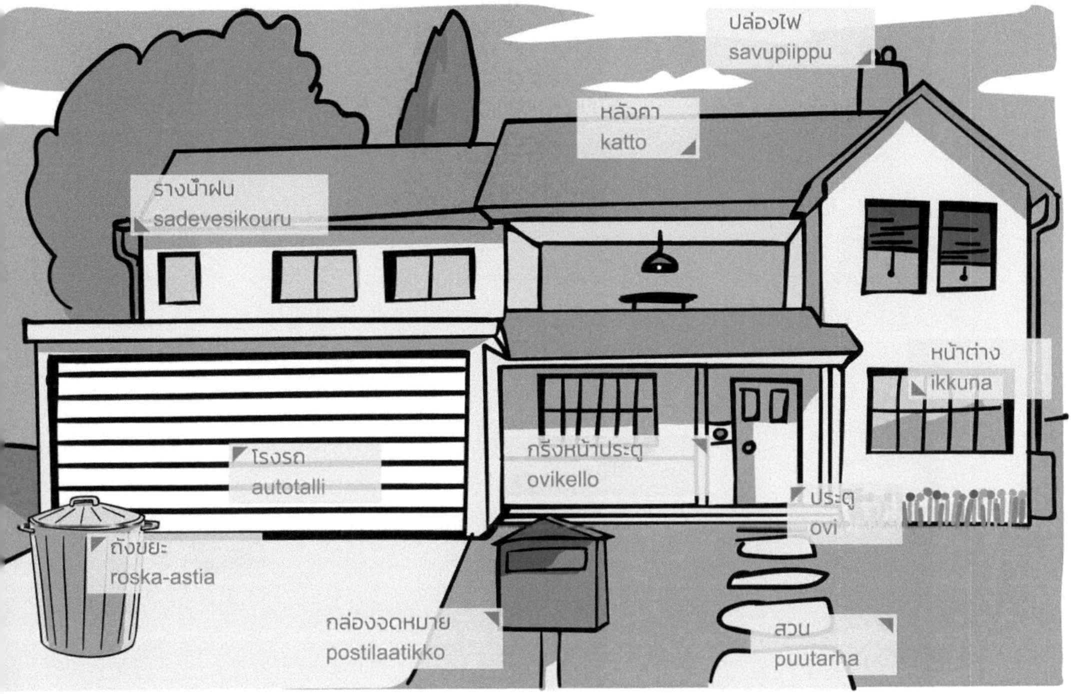

ปล่องไฟ
savupiippu

หลังคา
katto

รางน้ำฝน
sadevesikouru

หน้าต่าง
ikkuna

โรงรถ
autotalli

กริ่งหน้าประตู
ovikello

ประตู
ovi

ถังขยะ
roska-astia

กล่องจดหมาย
postilaatikko

สวน
puutarha

ห้องนั่งเล่น

olohuone

ห้องน้ำ

kylpyhuone

ห้องครัว

keittiö

ห้องนอน

makuuhuone

ห้องพักสำหรับเด็ก

lastenhuone

ห้องอาหาร

ruokahuone

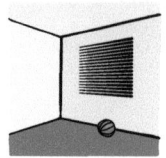

พื้น
lattia

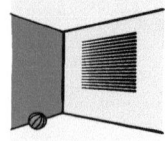

ผนัง
seinä

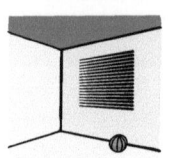

เพดาน
katto

ห้องเก็บของใต้ดิน
kellari

ซาวน่า
sauna

ระเบียง
parveke

ลานตะพักลำน้ำ
terassi

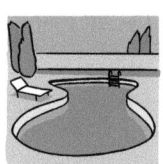

สระว่ายน้ำ
uima-allas

เครื่องตัดหญ้า
ruohonleikkuri

ผ้าปูที่นอน
lakana

ผ้าคลุมเตียง
päiväpeitto

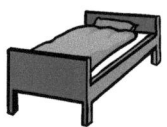

เตียง
sänky

ไม้กวาด
harja

ถังน้ำ
ämpäri

สวิตซ์
katkaisin

ห้องนั่งเล่น

olohuone

วอลเปเปอร์
tapetti
ภาพ
kuva
โคมไฟ
lamppu
hylly
ตู้
kaappi
โทรทัศน์
televisio
เตาผิง
takka
ดอกไม้
kukka
เบาะ
tyyny
โซฟา
sohva
แจกัน
maljakko
รีโมทคอนโทรล
kaukosäädin

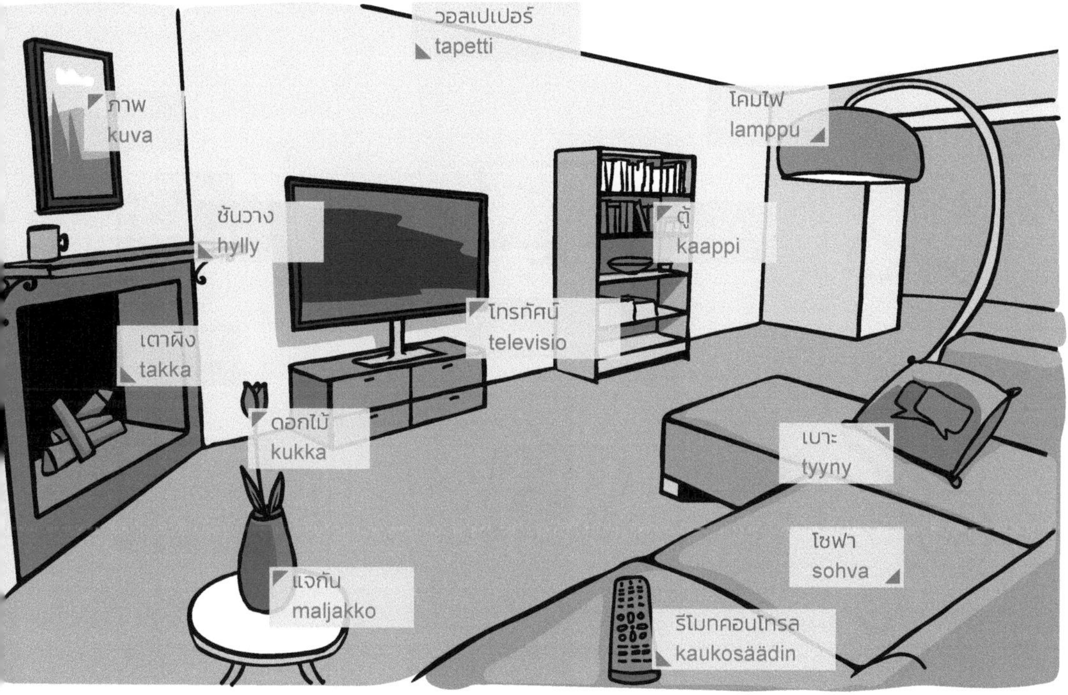

พรมเช็ดเท้า

matto

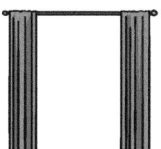

ผ้าม่าน

verho

โต๊ะ

pöytä

เก้าอี้

tuoli

เก้าอี้โยก

keinutuoli

เก้าอี้ที่มีที่วางแขน

nojatuoli

หนังสือ
kirja

ผ้าห่ม
peitto

ของตกแต่ง
koriste

ฟืน
polttopuut

ภาพยนตร์
elokuva

เครื่องเสียงระบบไฮไฟ
stereot

กุญแจ
avain

หนังสือพิมพ์
sanomalehti

จิตรกรรม
maalaus

โปสเตอร์
juliste

วิทยุ
radio

สมุด
muistivihko

เครื่องดูดฝุ่น
pölynimuri

ตะบองเพชร
kaktus

เทียนไข
kynttilä

ห้องครัว
keittiö

ตู้เย็น
jääkaappi
ไมโครเวฟ
mikroaaltouuni
เครื่องชั่งน้ำหนักอาหาร
keittiövaaka
เครื่องปิ้งขนมปัง
leivänpaahdin
ผงซักฟอก
pesuaine
เตาอบ
leivinuuni
ช่องแข็งในตู้เย็น
pakastinlokero
ถังขยะ
roska-astia
เครื่องล้างจาน
astianpesukone

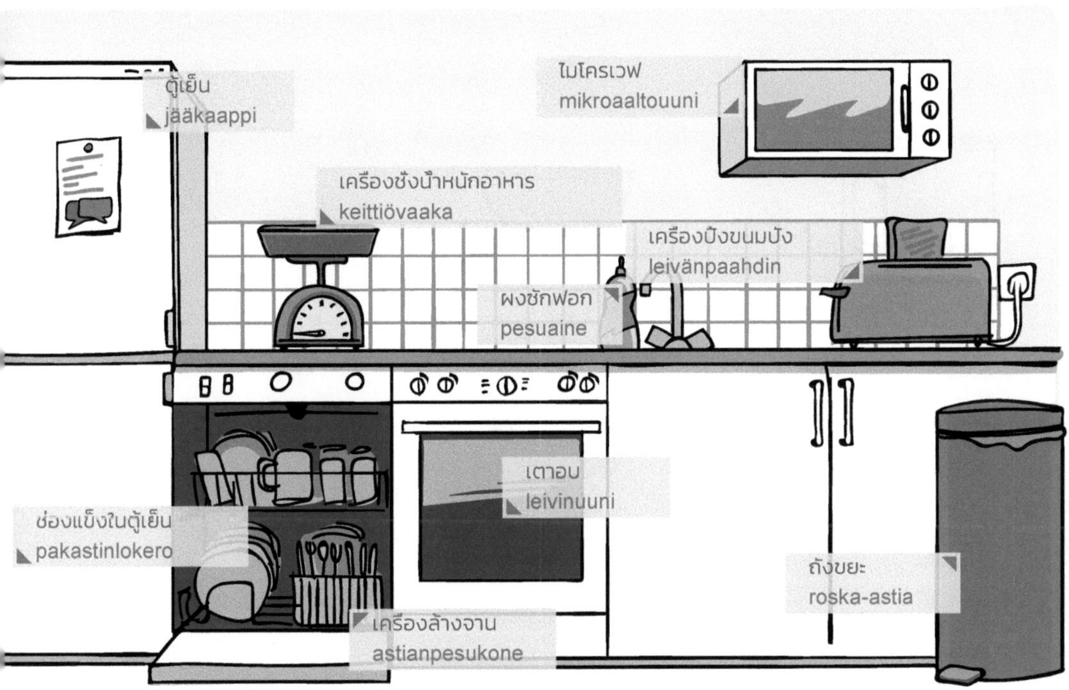

เตาปรุงอาหาร

liesi

หม้อ

kattila

หม้อเหล็กหล่อ

rautapata

กระทะจีน

vokkipannu / kadai-pannu

กระทะ

paistinpannu

กาต้มน้ำ

teepannu

หม้อไอน้ำ

höyrykeitin

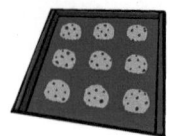

ถาดอบ

uunipelti

เครื่องถ้วยชาม

astiat

เหยือก

muki

ชาม

kulho

ตะเกียบ

syömäpuikot

ทัพพีด้ามยาว

kauha

ตะหลิว

paistinlasta

ที่ตีไข่

vispilä

ที่กรอง

siivilä

กระชอน

siivilä

ที่ขูด

raastin

ครก

mortteli

บาร์บีคิว

grilli

แคมป์ไฟถาวร

avotuli

เขียง
leikkuulauta

ไม้นวดแป้ง
kaulin

สว่านเปิดจุกขวด
korkinavaaja

กระป๋อง
purkki

ที่เปิดกระป๋อง
purkinavaaja

ถุงมือจับของร้อน
pannulappu

อ่างล้างจาน
lavuaari

แปรง
tiskiharja

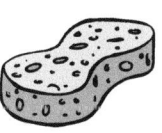

ฟองน้ำ
pesusieni

เครื่องปั่น
tehosekoitin

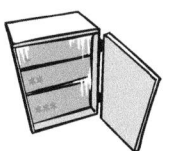

ตู้แช่แข็ง
pakastin

ขวดนม
tuttipullo

ก๊อกน้ำ
vesihana

ห้องน้ำ

kylpyhuone

ฝักบัว
suihku
เครื่องทำความร้อน
lämmitys
ผ้าเช็ดมือ
pyyhe
ม่านห้องน้ำ
suihkuverho
สบู่ทำฟอง
vaahtokylpy
อ่างอาบน้ำ
kylpyamme
แก้วน้ำ
lasi
เครื่องซักผ้า
pesukone
ก๊อกน้ำ
vesihana
กระเบื้อง
kaakelit
โถส้วมสำหรับเด็ก
potta
อ่างล้างจาน
lavuaari

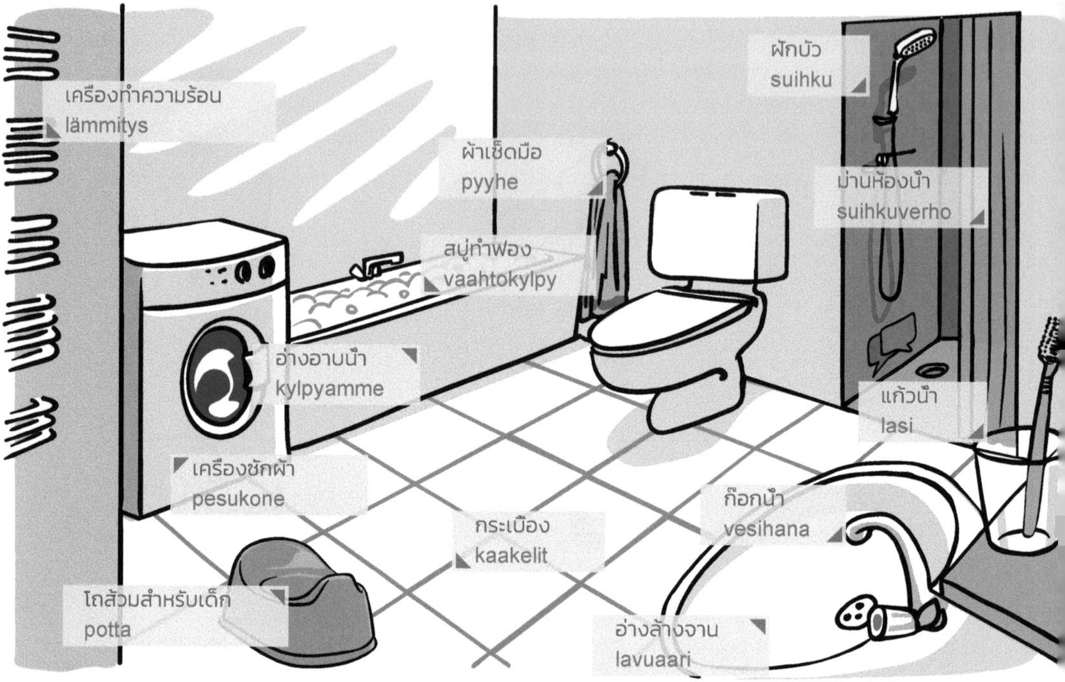

ห้องส้วม

vessa

ส้วมนั่งยอง

kyykkyvessa

โถปัสสาวะหญิง

bidee

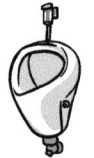

โถปัสสาวะชาย

pisuaari

กระดาษชำระสำหรับใช้ในห้องน้ำ

vessapaperi

แปรงขัดห้องน้ำ

vessaharja

38 ห้องน้ำ - kylpyhuone

แปรงสีฟัน

hammasharja

ยาสีฟัน

hammastahna

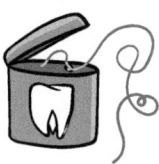

ไหมขัดฟัน

hammaslanka

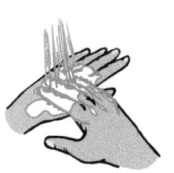

ล้าง

pestä

ฝักบัวมือ

käsisuihku

สายฉีดชำระ

intiimisuihku

อ่างล้างหน้า

pesuvati

แปรงถูหลัง

selkäharja

สบู่

saippua

เจลอาบน้ำ

suihkugeeli

แชมพู

shampoo

ผ้าสักหลาด

pesulappu

ท่อระบายน้ำทิ้ง

viemäri

ครีม

voide

ผลิตภัณฑ์ระงับกลิ่นตัว

deodorantti

กระจก

peili

กระจกถือ

käsipeili

ที่โกนหนวด

partaveitsi

โฟมโกนหนวด

partavaahto

โลชั่นบำรุงผิวหลังโกนหนวด

partavesi

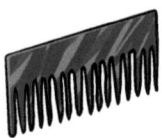

หวี

kampa

แปรง

harja

ไดร์เป่าผม

hiustenkuivaaja

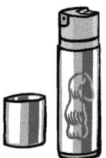

สเปรย์ฉีดผม

hiuslakka

ชุดเครื่องสำอาง

meikki

ลิปสติก

huulipuna

น้ำยาทาเล็บ

kynsilakka

สำลี

pumpuli

กรรไกรตัดเล็บ

kynsisakset

น้ำหอม

hajuvesi

กระเป๋าอาบน้ำ

kosmetiikkalaukku

เก้าอี้สามขา

jakkara

เครื่องชั่งน้ำหนัก

vaaka

เสื้อคลุมอาบน้ำ

kylpytakki

ถุงมือยาง

kumihansikkaat

ผ้าอนามัยแบบสอด

tamponi

ผ้าอนามัย

terveysside

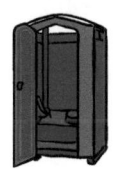

ส้วมเคมี

kemiallinen wc

ห้องพักสำหรับเด็ก

lastenhuone

นาฬิกาปลุก
herätyskello
ของเล่นน่ารักน่ากอด
pehmolelu
รถยนต์ของเล่น
leikkiauto
ของเล่นประเภทเขย่าแล้วมีเสียง
helistin
บ้านตุ๊กตา
nukkekoti
ของขวัญ
lahja

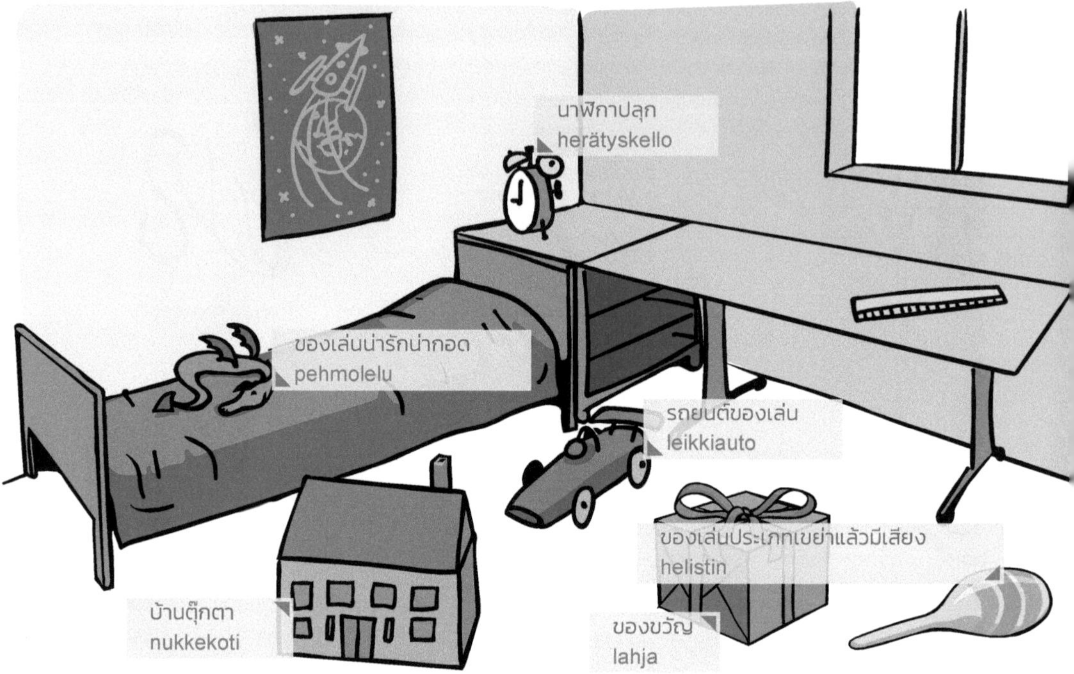

ลูกโป่ง

ilmapallo

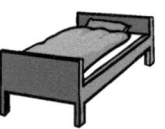

เตียง

sänky

รถเข็นเด็ก

lastenvaunut

สำรับไพ่

korttipeli

จิ๊กซอว์

palapeli

หนังสือการ์ตูน

sarjakuva

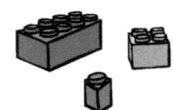

ตัวต่อเลโก้

legopalikat

บล็อกของเล่น

rakennuspalikat

ฟิกเกอร์แบบขยับท่าทางได้

supersankari

เสื้อผ้าทารก

potkupuku

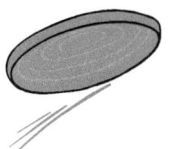

จานร่อน

frisbee

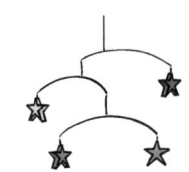

โมบายแขวนหัวเตียงเด็ก

mobile

เกมกระดาน

lautapeli

ลูกเต๋า

noppa

ชุดรถไฟจำลอง

pienoisjunarata

หุ่น

tutti

ปาร์ตี้

juhlat

หนังสือภาพ

kuvakirja

ลูกบอล

pallo

ตุ๊กตา

nukke

เล่น

leikkiä

หลุมทราย

hiekkalaatikko

ชิงช้า

keinu

ของเล่น

lelut

เครื่องเล่นวิดีโอเกม

pelikonsoli

รถจักรยานสามล้อ

kolmipyörä

ตุ๊กตาหมี

nalle

ตู้เสื้อผ้า

vaatekaappi

เสื้อผ้า

vaatteet

ถุงเท้า

sukat

ถุงน่อง

nylonsukat

กางเกงรัดรูป

sukkahousut

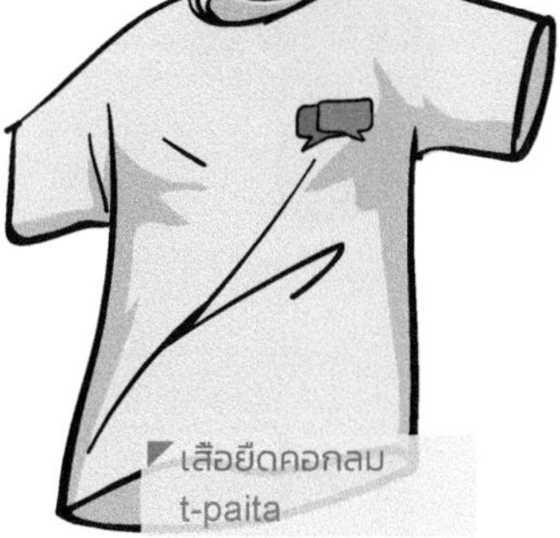

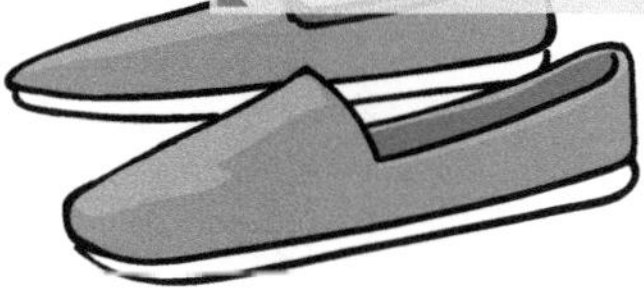

ผ้าพันคอ
kaulaliina

เข็มขัด
vyö

ร่ม
sateenvarjo

เสื้อยืดคอกลม
t-paita

ร้องเท้าบูท
saappaat

รองเท้าสวมเดินในบ้าน
sisätossut

รองเท้ากีฬา
lenkkarit

รองเท้าแตะ
sandaalit

รองเท้า
kengät

ร้องเท้าบูทยาง
kumisaappaat

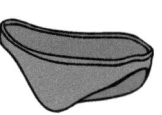

กางเกงชั้นใน
alushousut

ยกทรง
rintaliivit

เสื้อกล้าม
aluspaita

เสื้อรัดรูป

body

กางเกงขายาว

housut

กางเกงยีน

farkut

กระโปรง

hame

เสื้อเชิ้ตสตรี

pusero

เสื้อเชิ้ต

paita

เสื้อกันหนาว

villapaita

เสื้อคลุมมีหมวก

collegepaita

เสื้อเบลเซอร์

jakku

เสื้อแจ็กเก็ต

takki

เสื้อโค้ท

takki

เสื้อกันฝน

sadetakki

เครื่องแต่งกาย

puku

ชุดเดรส

mekko

ชุดแต่งงาน

hääpuku

เสื้อสูท

puku

ชุดราตรี

yöpaita

ชุดนอน

pyjama

ผ้าส่าหรี

shari

ฮิญาบ

päähuivi

ผ้าโพกศีรษะ

turbaani

เสื้อบุรุเกาะ

burka

เสื้อคลุมคาฟตาน

kaftaani

เสื้อคลุมอบายะห์

abaya

ชุดว่ายน้ำ

uimapuku

กางเกงว่ายน้ำ

uimahousut

กางเกงขาสั้น

shortsit

ชุดวอร์ม

verkkarit

ผ้ากันเปื้อน

esiliina

ถุงมือ

käsineet

กระดุม
nappi

แว่นตา
silmälasit

กำไลข้อมือ
rannekoru

สร้อยคอ
kaulakoru

แหวน
sormus

ต่างหู
korvakoru

หมวกแก๊ป
lippalakki

ที่แขวนเสื้อโค้ท
ripustin

หมวกปีกกว้าง
hattu

เนคไท
solmio

ซิป
vetoketju

หมวกกันน็อก
kypärä

สายโยงกางเกง
henkselit

ชุดนักเรียน
koulupuku

เครื่องแบบ
univormu

ผ้ากันเปื้อนเด็ก

ruokalappu

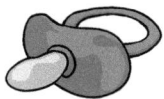

หุ่น

tutti

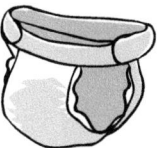

ผ้าอ้อม

vaippa

สำนักงาน

toimisto

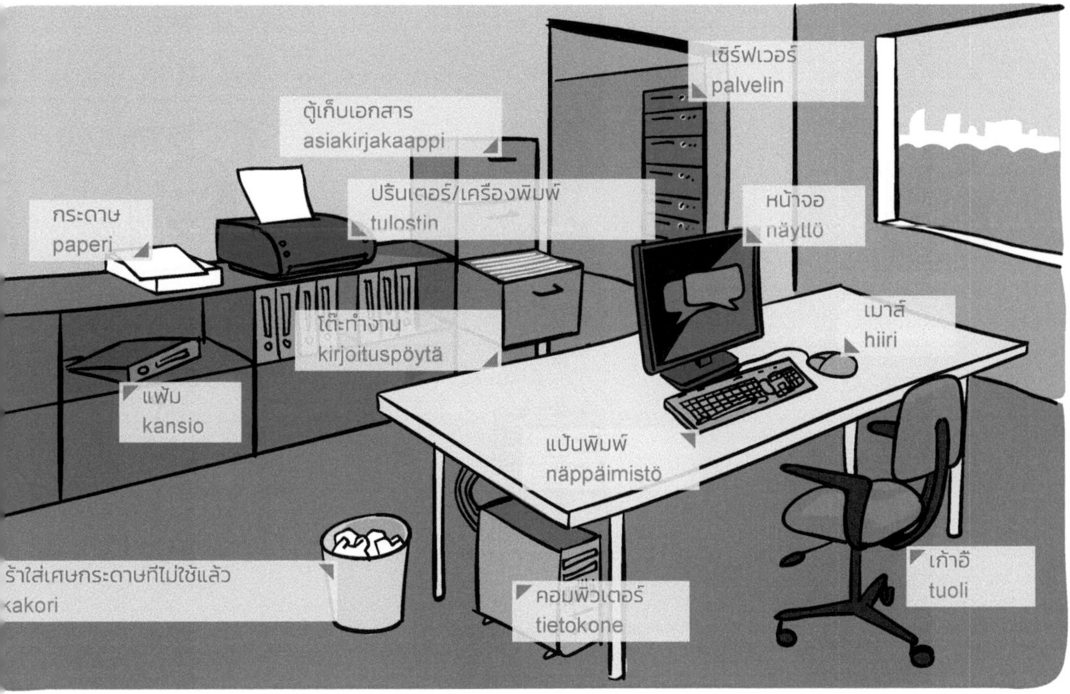

เซิร์ฟเวอร์
palvelin

ตู้เก็บเอกสาร
asiakirjakaappi

ปริ้นเตอร์/เครื่องพิมพ์
tulostin

หน้าจอ
näyttö

กระดาษ
paperi

โต๊ะทำงาน
kirjoituspöytä

เมาส์
hiiri

แฟ้ม
kansio

แป้นพิมพ์
näppäimistö

ร้าใส่เศษกระดาษที่ไม่ใช้แล้ว
kakori

คอมพิ๊วเตอร์
tietokone

เก้าอี้
tuoli

แก้วมัคใส่กาแฟ

kahvimuki

เครื่องคิดเลข

taskulaskin

อินเตอร์เน็ต

internet

คอมพิวเตอร์แบบพกพา

kannettava tietokone

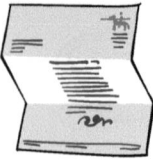

จดหมาย

kirje

ข้อความ

viesti

โทรศัพท์มือถือ

kännykkä

เครือข่าย

verkko

เครื่องถ่ายเอกสาร

kopiokone

ซอฟต์แวร์

ohjelmisto

โทรศัพท์

puhelin

ปลั๊กตัวเมีย/เต้าเสียบ

pistorasia

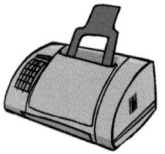

เครื่องแฟกซ์

faksi

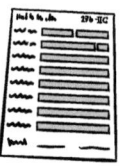

แบบฟอร์ม

lomake

เอกสาร

asiakirja

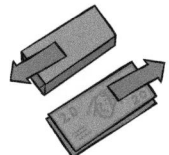

ซื้อ

ostaa

จ่าย

maksaa

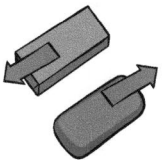

แลกเปลี่ยน

vaihtaa

เงิน

raha

ดอลลาร์

dollari

ยูโร

euro

เยน

jeni

รูเบิล

rupla

ฟรังก์สวิส

frangi

หยวนเหรินหมินปี้

renminbi juan

รูปี

rupia

เครื่องสำหรับกดเงินสดจากธนาคาร

pankkiautomaatti

สำนักงานแลกเปลี่ยนเงินตรา
rahanvaihto

ทอง
kulta

เงิน
hopea

น้ำมัน
öljy

พลังงาน
energia

ราคา
hinta

สัญญา
sopimus

ภาษี
vero

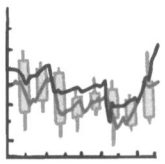

หุ้น
osake

ทำงาน
työskennellä

ลูกจ้าง
työntekijä

นายจ้าง
työnantaja

โรงงาน
tehdas

ร้านค้า
liike

อาชีพ

ammatit

เจ้าหน้าที่ตำรวจ
poliisi
พนักงานดับเพลิง
palomies
พ่อครัว
kokki
หมอ
lääkäri
นักบิน
lentäjä

ชาวสวน

puutarhuri

ช่างไม้

puuseppä

ช่างเย็บผ้าที่เป็นผู้หญิง

ompelija

ผู้พิพากษา

tuomari

นักเคมี

kemisti

นักแสดงชาย

näyttelijä

คนขับรถประจำทาง

linja-autonkuljettaja

คนขับรถแท็กซี่

taksinkuljettaja

ชาวประมง

kalastaja

แม่บ้านทำความสะอาด

siivooja

ช่างมุงหลังคา

katontekijä

บริกรชาย

tarjoilija

นายพราน

metsästäjä

จิตรกร

maalari

คนทำขนมปัง

leipuri

ช่างไฟฟ้า

sähköasentaja

ช่างก่อสร้าง

rakentaja

วิศวกร

insinööri

คนขายเนื้อ

teurastaja

ช่างประปา

putkiasentaja

บุรุษไปรษณีย์

postinjakaja

ทหาร

sotilas

สถาปนิก

arkkitehti

พนักงานจ่ายเงิน

kassanhoitaja

คนขายดอกไม้

floristi

ช่างทำผม

kampaaja

พนักงานตรวจตั๋ว

konduktööri

ช่างซ่อมรถยนต์

mekaanikko

กัปตัน

kapteeni

ทันตแพทย์

hammaslääkäri

นักวิทยาศาสตร์

tiedemies

แรบไบ

rabbi

อิหม่าม

imaami

พระ

munkki

พระ/นักบวช

pappi

เครื่องมือ

työkalut

vasara
คีม
pihdit
ruuvimeisseli
ประแจ
jakoavain
ไฟฉาย
taskulamppu

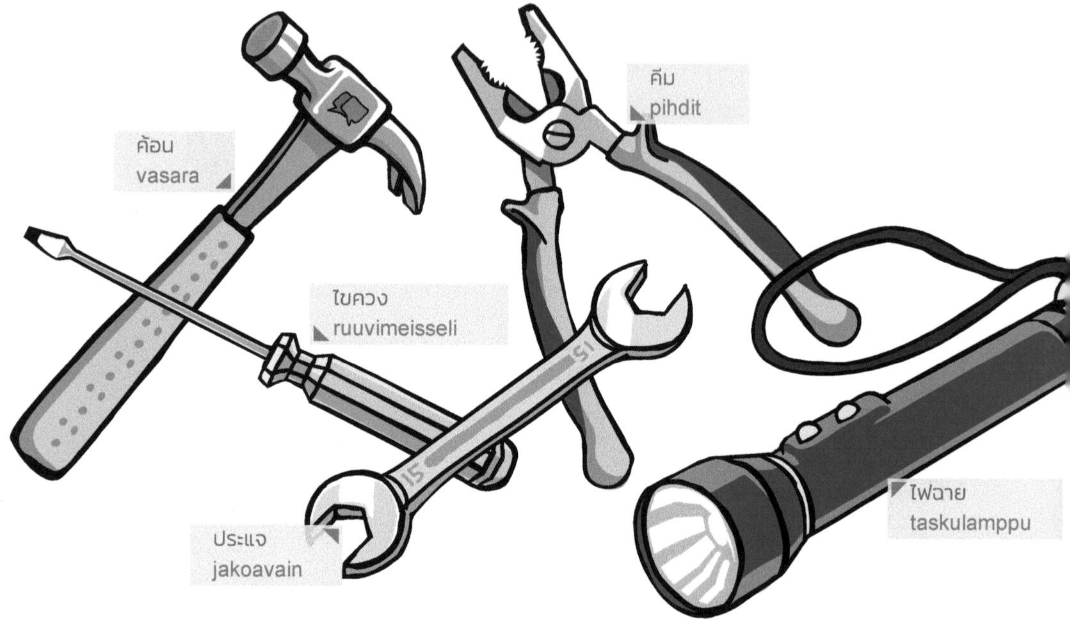

เครื่องขุด

kaivinkone

กล่องเครื่องมือ

työkalupakki

กระได

tikkaat

เลื่อย

saha

ตะปู

naulat

สว่าน

pora

ซ่อมแซม

korjata

พลั่ว

lapio

ตายห่า!

Hitto!

ที่โกยขยะ

rikkalapio

ถังสี

maalipurkki

สกรู

ruuvit

เครื่องดนตรี
soittimet

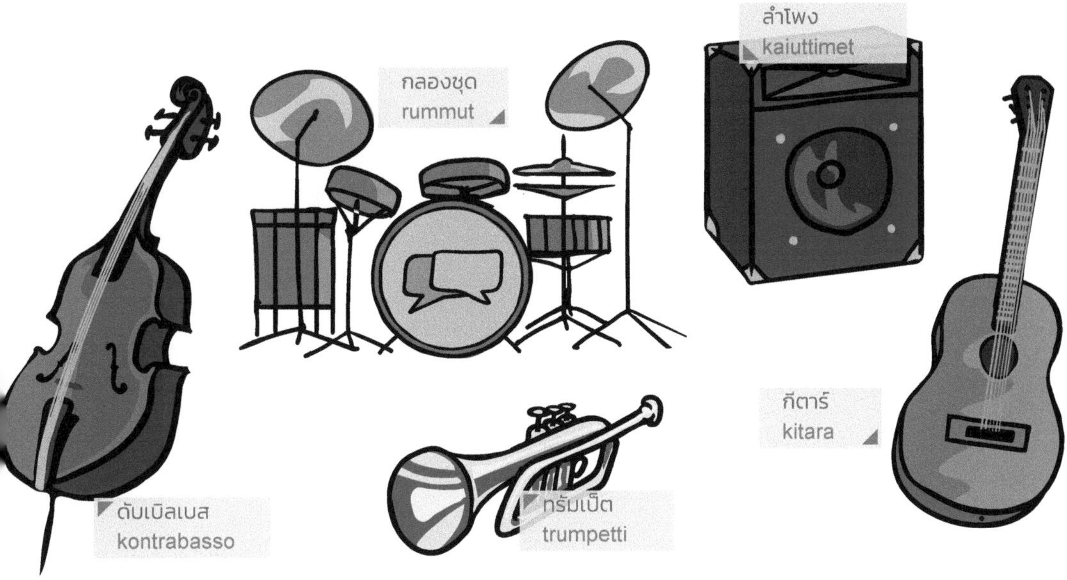

กลองชุด
rummut

ลำโพง
kaiuttimet

กีตาร์
kitara

ดับเบิลเบส
kontrabasso

ทรัมเป็ต
trumpetti

เปียโน

piano

ไวโอลิน

viulu

เบส

basso

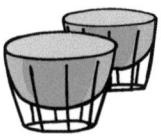

กลองทิมปานี

patarummut

กลอง

rumpu

คีย์บอร์ด

kosketinsoitin

แซ็กโซโฟน

saksofoni

ฟลูต

huilu

ไมโครโฟน

mikrofoni

สวนสัตว์

eläintarha

ทางเข้า
sisäänkäynti
เสือ
tiikeri
กรง
häkki
ม้าลาย
seepra
eläinten ruoka
หมีแพนด้า
panda

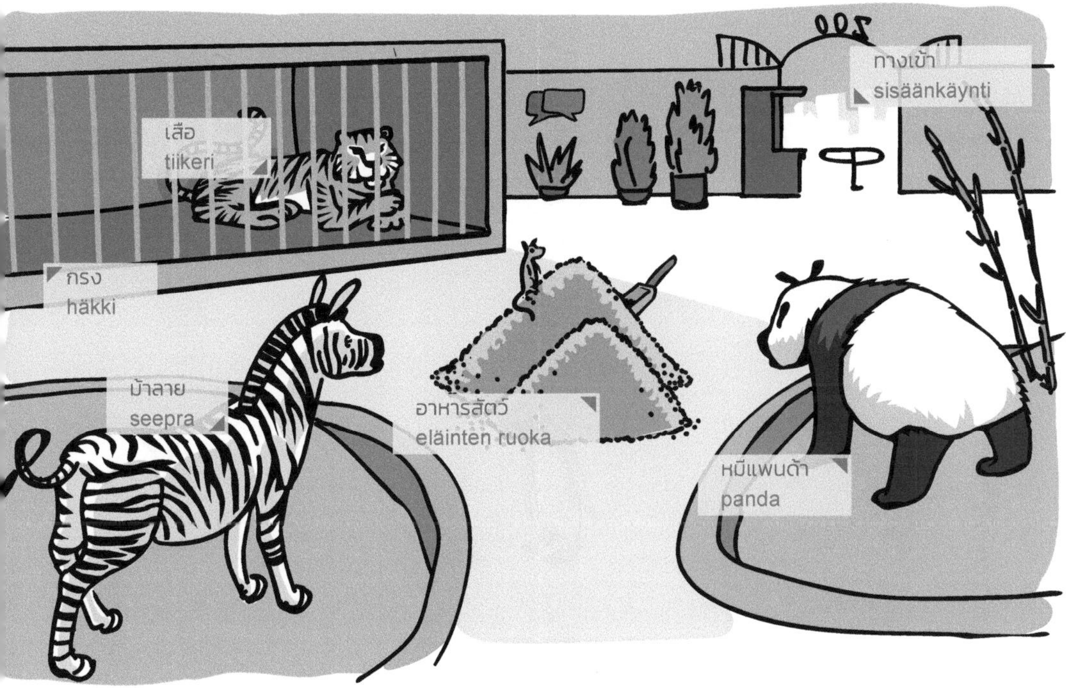

สัตว์

eläimet

ช้าง

norsu

จิงโจ้

kenguru

แรด

sarvikuono

กอริลล่า

gorilla

หมี

karhu

อูฐ

kameli

นกกระจอกเทศ

strutsi

สิงโต

leijona

ลิง

apina

นกฟลามิงโก

flamingo

นกแก้ว

papukaija

หมีขั้วโลก

jääkarhu

เพนกวิน

pingviini

ฉลาม

hai

นกยูง

riikinkukko

งู

käärme

จระเข้

krokotiili

ผู้ดูแลสัตว์

eläintarhanhoitaja

แมวน้ำ

hylje

เสือจากัวร์

jaguaari

ม้าพันธุ์เล็ก

poni

เสือดาว

leopardi

ฮิปโป

virtahepo

ยีราฟ

kirahvi

เหยียว

kotka

หมูป่าตัวผู้

villisika

ปลา

kala

เต่า

kilpikonna

ช้างน้ำ

mursu

จิ้งจอก

kettu

กาเซลล์

gaselli

กีฬา

urheilu

amerikkalainen jalkapallo
ขี่จักรยาน
pyöräily
เทนนิส
tennis
บาสเกตบอล
koripallo
ว่ายน้ำ
uinti
มวย
nyrkkeily
ฮอคกี้น้ำแข็ง
jääkiekko

ฟุตบอล

jalkapallo

แบดมินตัน

sulkapallo

กรีฑา

yleisurheilu

แฮนด์บอล

käsipallo

สกี

hiihto

กีฬาโปโลน้ำ

poolo

กิจกรรม

aktiviteetit

หัวเราะ
nauraa
กระโดด
hypätä
กอด
halata
เดิน
kävellä
ร้องเพลง
laulaa
ฝัน
unelmoida
ภาวนา/สวดมนต์
rukoilla
จูบ
suudella

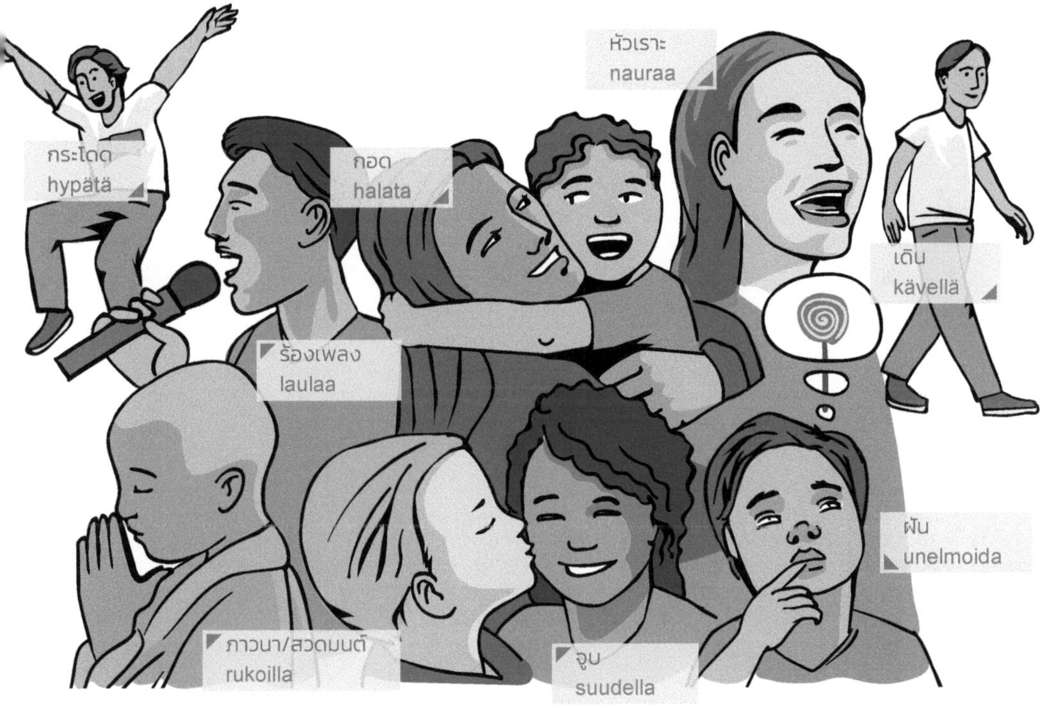

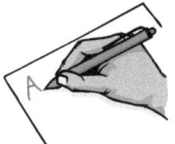

เขียน
kirjoittaa

วาดภาพ
piirtää

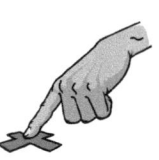

แสดง
näyttää

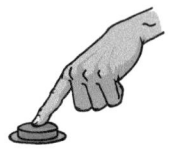

ผลัก
painaa

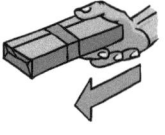

ให้
antaa

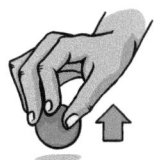

เอาไป
ottaa

มี

omistaa

ทำ

tehdä

เป็น

olla

ยืน

seisoa

วิ่ง

juosta

ดึง

vetää

โยน

heittää

ตก/หล่น

kaatua

นอนเหยียดยาว

maata

รอคอย

odottaa

ถือ

kantaa

นั่ง

istua

แต่งตัว

pukeutua

นอนหลับ

nukkua

ตื่น

herätä

มองดู
katsoa

ร้องไห้
itkeä

ลูบ
silittää

หวีผม
kammata

พูดคุย
puhua

เข้าใจ
ymmärtää

ถาม
kysyä

ฟัง
kuunnella

ดื่ม
juoda

กิน
syödä

จัดให้เป็นระเบียบ
siivota

รัก
rakastaa

ทำอาหาร
keittää

ขับรถ
ajaa

บิน
lentää

ล่องเรือ

purjehtia

คำนวณ

laskea

อ่าน

lukea

เรียนรู้

oppia

ทำงาน

työskennellä

แต่งงาน

mennä naimisiin

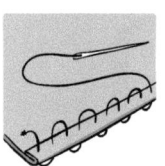

เย็บ

ommella

แปรงฟัน

pestä hampaat

ฆ่า

tappaa

สูบบุหรี่

tupakoida

ส่ง

lähettää

ย่า/ยาย
mummo

ปู่/ตา
ukki

พ่อ
isä

แม่
äiti

ทารก
vauva

ลูกสาว
tytär

ลูกชาย
poika

แขก

vieras

ป้า

täti

ลุง

setä

พี่ชาย/น้องชาย

veli

พี่สาว/น้องสาว

sisko

ร่างกาย

vartalo

หน้าผาก
otsa
ตา
silmä
ไหล่
olkapää
นิ้วมือ
sormet
ใบหน้า
kasvot
leuka
มือ
käsi
ขา
jalka
หน้าอก
rinta
แขน
käsivarsi

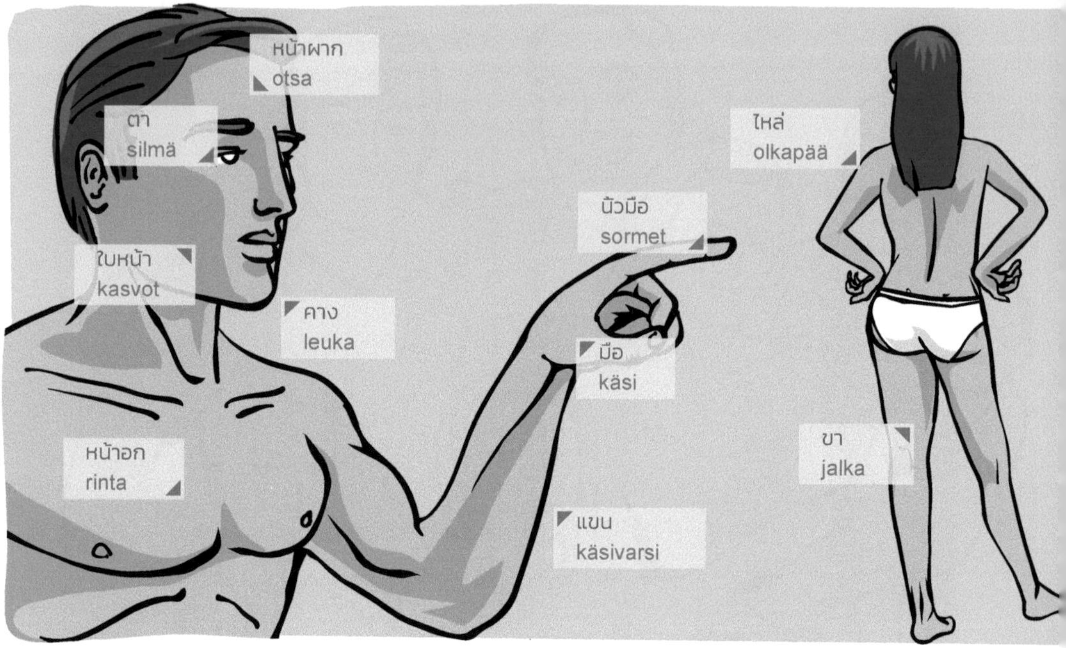

ทารก

vauva

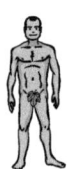

ผู้ชาย

mies

ผู้หญิง

nainen

เด็กผู้หญิง

tyttö

เด็กผู้ชาย

poika

ศีรษะ

pää

หลัง

selkä

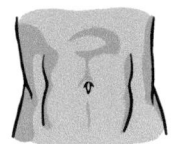

ท้อง

maha

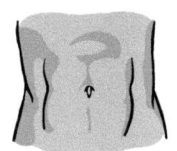

สะดือ

napa

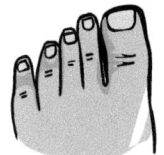

นิ้วเท้า

varvas

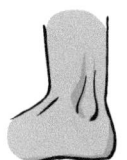

ส้นเท้า

kantapää

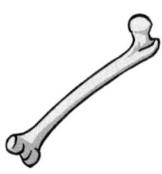

กระดูก

luu

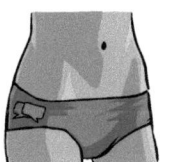

สะโพก

lantio

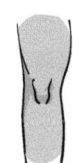

หัวเข่า

polvi

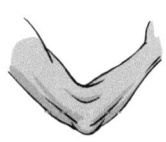

ข้อศอก

kyynärpää

จมูก

nenä

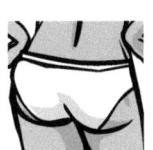

ก้น

takapuoli

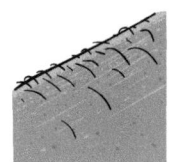

ผิวหนัง

iho

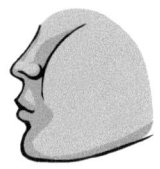

แก้ม

poski

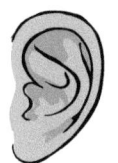

หู

korva

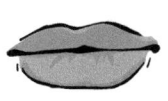

ริมฝีปาก

huuli

ปาก

suu

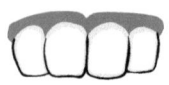

ฟัน

hammas

ลิ้น

kieli

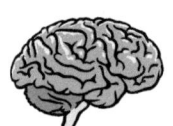

สมอง

aivot

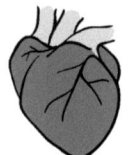

หัวใจ

sydän

กล้ามเนื้อ

lihas

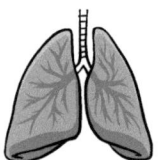

ปอด

keuhkot

ตับ

maksa

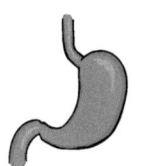

กระเพาะ

vatsa

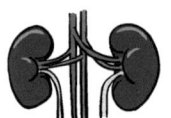

ไต

munuaiset

เพศสัมพันธ์

seksi

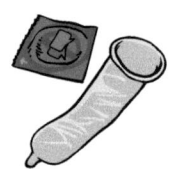

ถุงยาง

kondomi

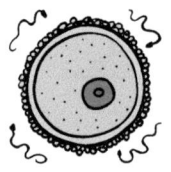

เซลล์ไข่

munasolu

น้ำอสุจิ

sperma

การตั้งครรภ์

raskaus

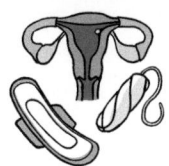

ประจำเดือน

kuukautiset

ช่องคลอด

vagina

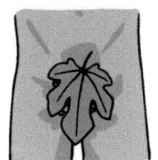

องคชาต

penis

คิ้ว

kulmakarvat

เส้นผม

hiukset

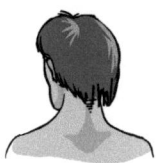

คอ

niska

โรงพยาบาล

sairaala

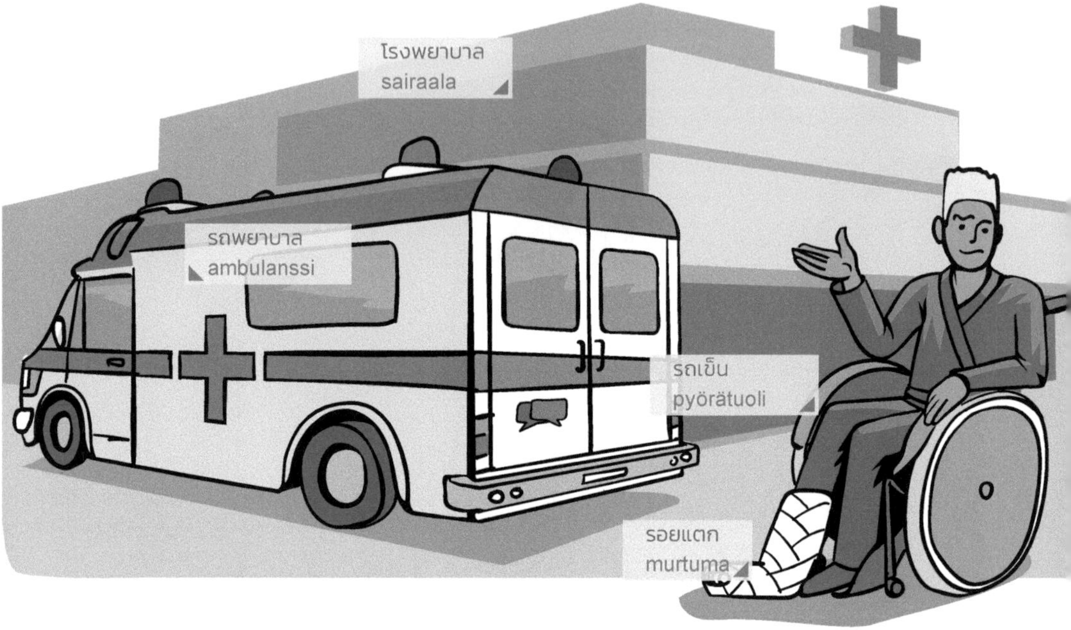

โรงพยาบาล
sairaala
รถพยาบาล
ambulanssi
รถเข็น
pyörätuoli
รอยแตก
murtuma

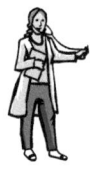

หมอ

lääkäri

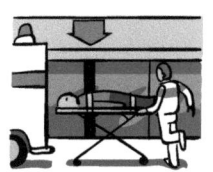

ห้องฉุกเฉิน

ensiapu

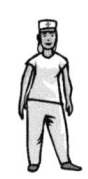

พยาบาล

sairaanhoitaja

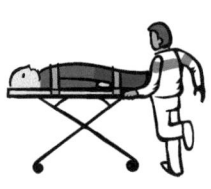

ฉุกเฉิน

hätätilanne

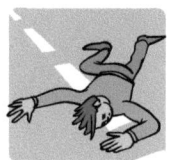

หมดสติ

tajuton

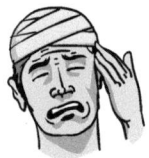

อาการเจ็บปวด

kipu

การบาดเจ็บ

vamma

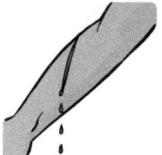

เลือดไหล

verenvuoto

หัวใจวาย

sydänkohtaus

โรคหลอดเลือดในสมอง

aivoinfarkti

โรคภูมิแพ้

allergia

ไอ

yskä

ไข้

kuume

ไข้หวัด

flunssa

ท้องเสีย

ripuli

การปวดหัว

päänsärky

มะเร็ง

syöpä

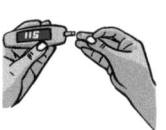

โรคเบาหวาน

diabetes

ศัลยแพทย์

kirurgi

มีดผ่าตัด

veitsi

การผ่าตัด

leikkaus

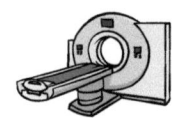

เครื่องเอกซเรย์คอมพิวเตอร์ความเร็วสูง

ct

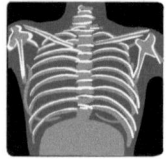

เอกซเรย์

röntgen

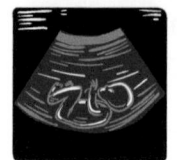

อัลตราซาวด์

ultraääni

หน้ากากอนามัย

maski

โรค

sairaus

ห้องรอตรวจ

odotushuone

ไม้เท้า

sauva

ปลาสเตอร์ยา

laastari

ผ้าพันแผล

side

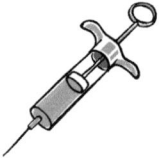

ฉีดยา

pistos

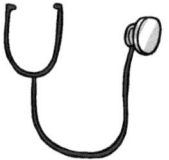

เครื่องฟังตรวจ

stetoskooppi

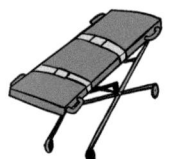

เปลหาม

paarit

ปรอทวัดไข้

kuumemittari

การเกิด

syntymä

น้ำหนักเกิน

ylipaino

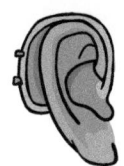

เครื่องช่วยฟัง
kuulolaite

สารฆ่าเชื้อ
desinfiointiaine

การติดเชื้อ
infektio

ไวรัส
virus

เอชไอวี/เอดส์
HIV / AIDS

ยา
lääke

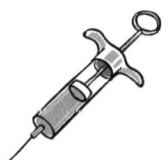

การฉีดวัคซีน
rokotus

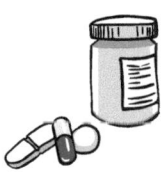

ยาเม็ด
tabletit

ยาเม็ดกลม
pilleri

โทรออกฉุกเฉิน
hätäpuhelu

เครื่องวัดความดันโลหิต
verenpainemittari

ปวย/ สุขภาพดี
sairas / terve

ฉุกเฉิน
hätätilanne

ช่วยด้วย!

Apua!

สัญญาณเตือนภัย

hälytys

การทำร้าย

ryöstö

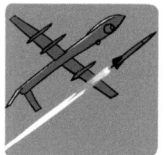

การโจมตี

hyökkäys

อันตราย

vaara

ทางออกฉุกเฉิน

hätäuloskäynti

ไฟไหม้!

Tulipalo!

ถังดับเพลิง

palosammutin

อุบัติเหตุ

onnettomuus

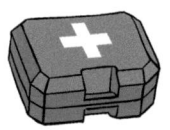

ชุดปฐมพยาบาลเบื้องต้น

ensiapulaukku

สัญญาณขอความช่วยเหลือ

SOS

ตำรวจ

poliisilaitos

ยุโรป

Eurooppa

อเมริกาเหนือ

Pohjois-Amerikka

อเมริกาใต้

Etelä-Amerikka

แอฟริกา

Afrikka

เอเชีย

Aasia

ออสเตรเลีย

Australia

แอตแลนติก

Atlantin valtameri

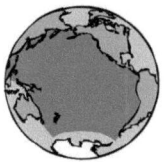

แปซิฟิก

Tyynimeri

มหาสมุทรอินเดีย

Intian valtameri

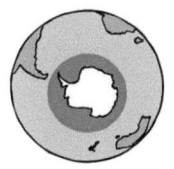

มหาสมุทรแอนตาร์กติก

Eteläinen jäämeri

มหาสมุทรอาร์กติก

Pohjoinen jäämeri

ขั้วโลกเหนือ

pohjoisnapa

ขั้วโลกใต้

etelänapa

แอนตาร์กติกา

Antarktis

โลก

maa

พื้นดิน

maa

ทะเล

meri

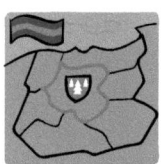

เกาะ

saari

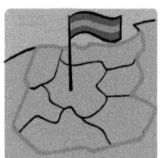

ชาติ/ประชาชาติ

kansa

รัฐ

osavaltio

นาฬิกา

kello

หน้าปัดนาฬิกา

kellotaulu

เข็มชั่วโมง

tuntiviisari

เข็มนาที

minuuttiviisari

เข็มวินาที

sekuntiviisari

กี่โมงแล้ว?

Paljonko kello on?

วัน

päivä

เวลา

aika

ตอนนี้

nyt

นาฬิกาดิจิตอล

digitaalikello

นาที

minuutti

ชั่วโมง

tunti

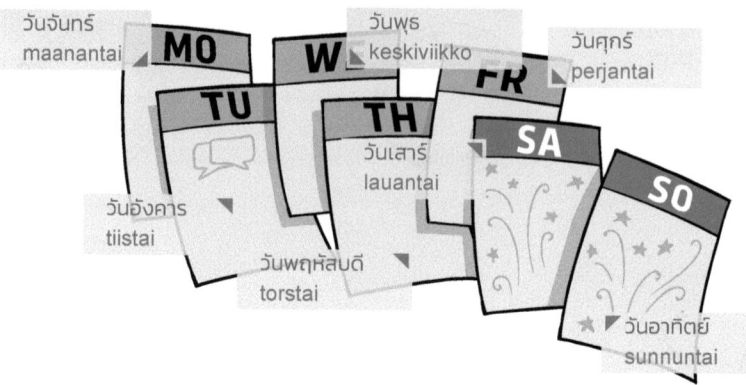

สัปดาห์

viikko

วันจันทร์
maanantai
MO
วันพุธ
keskiviikko
W
วันศุกร์
perjantai
FR
TU
TH
SA
SO
วันเสาร์
lauantai
วันอังคาร
tiistai
วันพฤหัสบดี
torstai
วันอาทิตย์
sunnuntai

เมื่อวาน

eilen

วันนี้

tänään

พรุ่งนี้

huomenna

ตอนเช้า

aamu

ตอนเที่ยง

keskipäivä

ตอนเย็น

ilta

วันทำการ

työpäivät

วันสุดสัปดาห์

viikonloppu

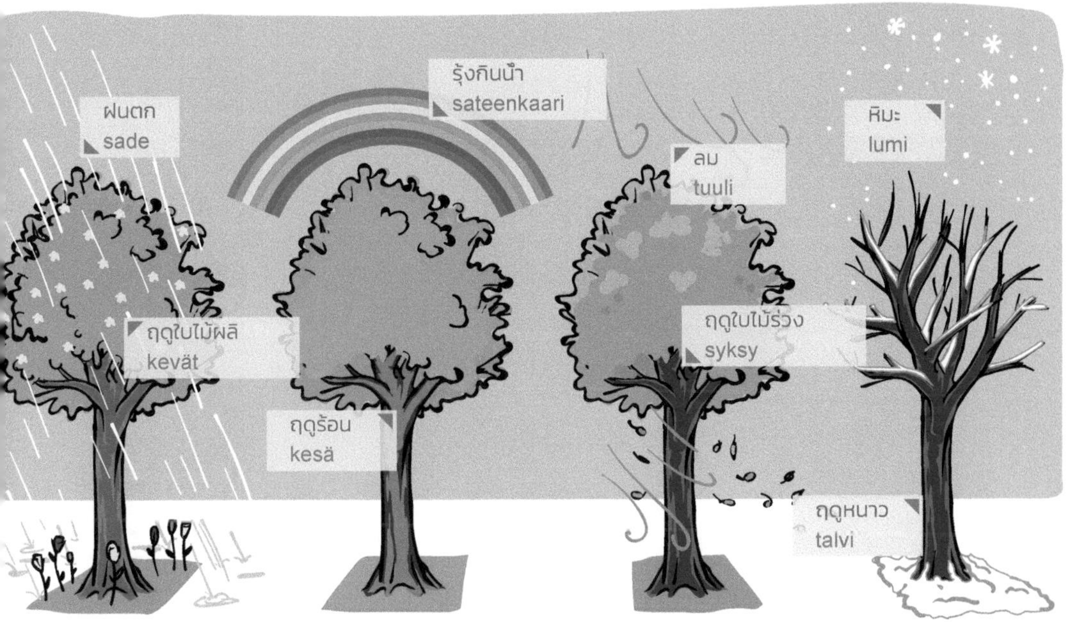

ฝนตก
sade
รุ้งกินน้ำ
sateenkaari
หิมะ
lumi
ลม
tuuli
ฤดูใบไม้ผลิ
kevät
ฤดูใบไม้ร่วง
syksy
ฤดูร้อน
kesä
ฤดูหนาว
talvi

4.APRIL 11°
5.APRIL 4°
6.APRIL 13°
7.APRIL 8°
8.APRIL 10°

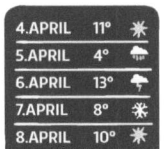

การพยากรณ์อากาศ

sääennuste

F
C
120
90
60
30
0
-30
40
30
20
10
0
-10
-20

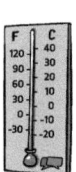

เครื่องวัดอุณหภูมิ

lämpömittari

แสงแดด

auringonpaiste

ก้อนเมฆ

pilvi

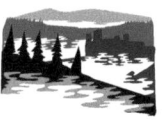

หมอก

sumu

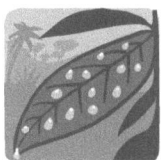

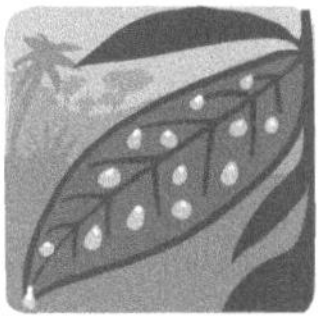

ความชื้น

ilmankosteus

ฟ้าแลบ/ฟ้าผ่า

salama

ฟ้าร้อง

ukkonen

พายุ

myrsky

ลูกเห็บ

rae

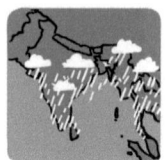

ลมมรสุม

monsuuni

น้ำท่วม

tulva

น้ำแข็ง

jää

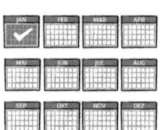

มกราคม

tammikuu

กุมภาพันธ์

helmikuu

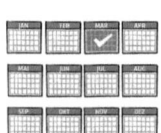

มีนาคม

maaliskuu

เมษายน

huhtikuu

พฤษภาคม

toukokuu

มิถุนายน

kesäkuu

กรกฎาคม

heinäkuu

สิงหาคม

elokuu

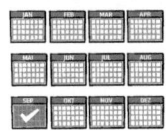

กันยายน

syyskuu

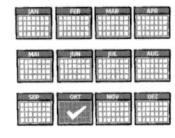

ตุลาคม

lokakuu

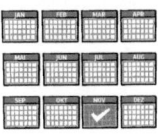

พฤศจิกายน

marraskuu

ธันวาคม

joulukuu

รูปร่าง

muodot

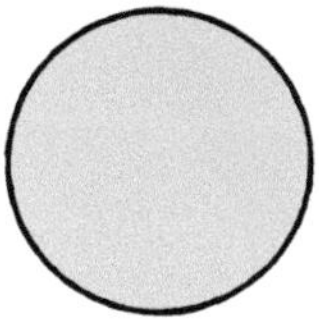

วงกลม

ympyrä

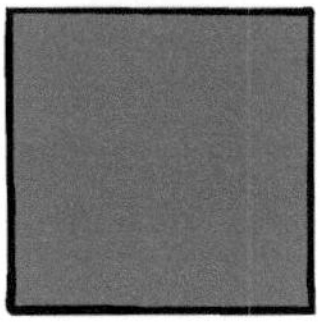

สี่เหลี่ยม

neliö

สี่เหลี่ยมผืนผ้า

suorakulmio

สามเหลี่ยม

kolmio

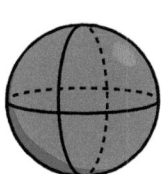

ทรงกลม

pallo

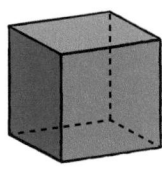

ลูกบาศก์

kuutio

värit

ขาว

valkoinen

เหลือง

keltainen

ส้ม

oranssi

ชมพู

vaaleanpunainen

แดง

punainen

ม่วง

violetti

ฟ้า

sininen

เขียว

vihreä

น้ำตาล

ruskea

เทา

harmaa

ดำ

musta

มาก/ น้อย

paljon / vähän

ฉุนเฉียว/ สงบ

vihainen / ystävällinen

สวยงาม/ น่าเกลียด

kaunis / ruma

เริ่มต้น/ จบ

alku / loppu

ใหญ่/ เล็ก

suuri / pieni

สว่าง/ มืด

vaalea / tumma

น้องชาย,พี่ชาย/ น้องสาว,พี่สาว

veli / sisko

สะอาด/ สกปรก

puhdas / likainen

สมบูรณ์/ ไม่สมบูรณ์

täydellinen / epätäydellinen

กลางวัน/ กลางคืน

päivä / yö

ตาย/ มีชีวิต

kuollut / elävä

กว้าง/ แคบ

leveä / kapea

กินได้/ กินไม่ได้

syötävä / syömäkelvoton

ชั่วร้าย/ ใจดี

paha / kiltti

น่าตื่นเต้น/ น่าเบื่อ

innostunut / tylsistynyt

อ้วน/ ผอม

lihava / laiha

อย่างแรก/ สุดท้าย

ensimmäinen / viimeinen

เพื่อน/ ศัตรู

ystävä / vihollinen

เต็ม/ ว่างเปล่า

täysi / tyhjä

แข็ง/ นุ่ม

kova / pehmeä

หนัก/ เบา

painava / kevyt

หิว/ กระหายน้ำ

nälkä / jano

ป่วย/ สุขภาพดี

sairas / terve

ผิดกฎหมาย/ ถูกกฎหมาย

laiton / laillinen

ฉลาด/ โง่

älykäs / tyhmä

ซ้าย/ ขวา

vasen / oikea

ใกล้/ ไกล

lähellä / kaukana

ใหม่/ ใช้แล้ว

uusi / käytetty

ไม่มี/ บางสิ่งบางอย่าง

ei mitään / jotain

แก่/ หนุ่ม

vanha / nuori

เปิด/ปิด

päällä / pois päältä

เปิด/ ปิด

auki / kiinni

เงียบ/ ดัง

hiljainen / äänekäs

รวย/ จน

rikas / köyhä

ถูก/ ผิด

oikein / väärin

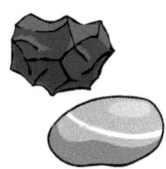

ขรุขระ/ เรียบ

karhea / sileä

เศร้า/ ดีใจ

surullinen / iloinen

สั้น/ ยาว

lyhyt / pitkä

ช้า/ เร็ว

hidas / nopea

เปียก/ แห้ง

märkä / kuiva

อบอุ่น/ หนาวเย็น

lämmin / viileä

สงคราม/ สันติภาพ

sota / rauha

เลข/จำนวน

numerot

0

ศูนย์

nolla

1

หนึ่ง

yksi

2

สอง

kaksi

3

สาม

kolme

4

สี่

neljä

5

ห้า

viisi

6

หก

kuusi

7

เจ็ด

seitsemän

8

แปด

kahdeksan

9

เก้า

yhdeksän

10

สิบ

kymmenen

11

สิบเอ็ด

yksitoista

12
สิบสอง
kaksitoista

13
สิบสาม
kolmetoista

14
สิบสี่
neljätoista

15
สิบห้า
viisitoista

16
สิบหก
kuusitoista

17
สิบเจ็ด
seitsemäntoista

18
สิบแปด
kahdeksantoista

19
สิบเก้า
yhdeksäntoista

20
ยี่สิบ
kaksikymmentä

100
หนึ่งร้อย
sata

1.000
หนึ่งพัน
tuhat

1.000.000
หนึ่งล้าน
miljoona

ภาษา

kielet

ภาษาอังกฤษ

englanti

ภาษาอังกฤษแบบอเมริกัน

amerikanenglanti

ภาษาจีนแมนดาริน

mandariinikiina

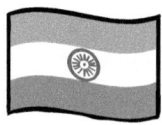

ภาษาฮินดี

hindi

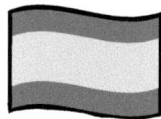

ภาษาสเปน

espanja

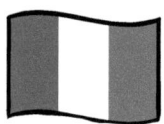

ภาษาฝรั่งเศส

ranska

ภาษาอาหรับ

arabia

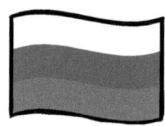

ภาษารัสเซีย

venäjä

ภาษาโปรตุเกส

portugali

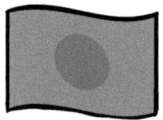

ภาษาเบงกอล

bengali

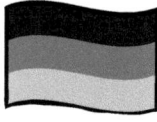

ภาษาเยอรมัน

saksa

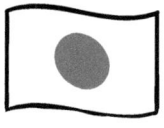

ภาษาญี่ปุ่น

japani

ใคร / อะไร / อย่างไร

kuka / mitä / miten

ฉัน

minä

เธอ

sinä

เขา / หล่อน / มัน

hän

พวกเรา

me

พวกคุณ

te

พวกเขา

he

ใคร?

kuka?

อะไร?

mitä / mikä?

อย่างไร?

miten?

ที่ไหน?

missä?

เมื่อไหร่?

milloin?

ชื่อ

nimi

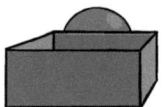

ที่ไหน
missä

ข้างหลัง

takana

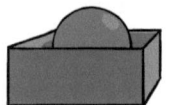

ใน

sisällä

ข้างหน้า

edessä

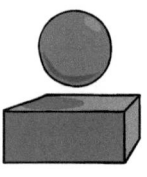

เหนือ

yläpuolella

บน

päällä

ใต้

alapuolella

ด้านข้าง

vieressä

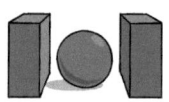

ระหว่าง

välissä

ตำแหน่ง

paikka